खट्याळ खलाशी

आणि गडबड गोष्टी

निर्मला मोने

हे पुस्तक **माझं** आहे.

मेहता पब्लिशिंग हाऊस

KHATYAL KHALASHI ANI GADBAD GOSHTI by Nirmala Mone

खट्याळ खलाशी आणि गडबड गोष्टी / निर्मला मोने
बालसाहित्य

प्रकाशक : सुनील अनिल मेहता
मेहता पब्लिशिंग हाऊस, १९४१, सदाशिव पेठ, माडीवाले कॉलनी, पुणे ३०.
✆ ०२०-२४४७६९२४
E-mail : author@mehtapublishinghouse.com
Website : www.mehtapublishinghouse.com

मुद्रक : स्पेक्ट्रम ऑफसेट, एरंडवणा, पुणे ०४.

प्रथम आवृत्ती : जानेवारी, २००७
द्वितीय आवृत्ती : जानेवारी, २०१४
पुनर्मुद्रण : जानेवारी, २०२०

मुखपृष्ठ व आतील चित्रे : देविदास पेशवे

चित्रमय रंगतदार कथा भाग - १३
(२ पुस्तकांचा संच)

अनुक्रम

खट्याळ खलाशी

"खलाशी इतका त्रासदायक आहे. काहीतरी आचरटपणा करीत असतो सतत," सोनेरी केसांची बाहुली म्हणाली.

"हो, ना. घड्याळातल्या उंदराची शेपटी तो झोपलेला असताना त्यानं बुटाच्या लेसला बांधून ठेवली आणि उंदीर जागा झाल्यावर त्याला सांगितलं, की साप त्याची शेपटी गिळतोय म्हणून. इतका धावलाय उंदीर, आपल्यामागे बुटाची लेस घेऊन. त्याला खरंच वाटलं ती लेस म्हणजे साप आहे असं!" टेडी अस्वलानं सांगितलं.

"मला खलाशानं पुरतं भिजवून टाकलं," छोटा काळा कुत्रा म्हणाला, "खलाशानं पाण्याची झारी भरून घेतली आणि मी खाली उभा होतो. तर टेबलावर चढून ती ओतली माझ्यावर. मला तर पाऊसच वाटला आणि माझ्याशेजारी एक कागदाची पिशवी आपटून फोडली. वर मला म्हणतो, की सैन्याच्या कॅप्टननं माझ्यावर गोळी झाडली म्हणून." विदूषक म्हणाला, "मला किती भीती वाटली सांगू? वाटलं की गोळी लागून मी जखमी झालोय. मी पाहिलंदेखील माझ्या अंगभर."

“आणि आता त्याला फळीवरची पैशांची पेटी सापडलीय,” अस्वल म्हणालं, “ती पेटी अगदी पत्रांच्या पेटीसारखीच आहे. वर एक फट आहे तिला पैसे टाकायला. खलाशी त्यात काहीतरी टाकत असतो.”

“हो तर, माझा हातरूमाल टाकलाय त्यानं आत,” अंजू बाहुली म्हणाली.

“माझी खड्यांची पिनपण टाकत होता तो काल. मी वेळेवर थांबवलं त्याला,” चिमणुली छोटी बाहुली म्हणाली.

“त्याच्यावर लक्ष ठेवायला हवं. घड्याळातल्या उंदराची चावी त्याच्या पाठीलाच असते. ती टाकील तो नाहीतर,” विदूषक म्हणाला. उंदीर भीतीनं किंचाळला.

“बरं, बरं. तसं त्यानं केलं तर आपण त्याला चांगली शिक्षा करू,” सोनेरी केसांची बाहुली ओरडलीच.

खलाशाला पर्वा नव्हती. त्याला खोडी सुचली की तो काहीही करायचा. त्या दिवशी त्यानं बेसिनवर चढून नळ सोडला. पाण्यानं खालचा गालिचा भिजला. सगळीकडे पाणी झालं. खेळण्यांना वाटलं पूरच आलाय. वर स्वतःच ओरडत राहिला, “प्रलय झाला रे, पूर आलाय, जीव वाचवा.”

म्हणजे पाहिलंत ना? खलाशी काहीही करायचा. आताही खेळणी

आपल्याबद्दलच बोलताहेत हे पाहिल्यावर त्याला ऊतच आला. त्यानं चिमणुलीचे बूट उचलून ते पैशांच्या पेटीत टाकले. अंजूच्या गळ्यातली माळ घेऊन ती तोडली आणि सारे मणी एकेक करून पेटीत टाकले. सगळ्यांनी त्या मण्यांचा टिंग टिंग असा पडतानाचा आवाजही ऐकला. बाहुलीच्या घरातल्या टिकलीएवढ्या बशा घेऊन त्याही पेटीत टाकल्या. बाहुल्या खूप संतापल्या. पण करणार काय? अंजू म्हणालीच, ''तू फार फार वाईट्ट आहेस खलाशा. आता आम्ही पार्टी कशी देणार?''

''मला काय करायचंय? तुम्ही मला थोडंच कधी बोलावता पार्टीला? मला किती तरी पार्ट्यांना जायला मिळतं म्हणा. मी कशाला तुमच्या पार्टीची पर्वा करू?'' खलाशी खुशाल म्हणाला.

ते खरंच होतं. बागेतला चतुर त्याला नेहमी पार्टीला बोलवायचा. निळ्या पोशाखात खलाशी तरतरीत दिसायचा. निळी विजार, निळा कोट, त्याला निळ्या काठाची पांढरी कॉलर, छोटी निळी पांढरी गोल टोपी, काळे बूट आणि गळ्यातली रेशमी जाड दोरीतली शिट्टी! त्याला पार्ट्या, नाचणं खूप आवडायचं आणि तो मज्जा करायचा. ''अच्छा, मी निघालो आजपण. तुम्ही बसा इथंच. सकाळी भेटूच आता.''

आताही खलाशी पेटीत टाकायला वस्तू शोधीत होता. त्याला उंदराच्या पाठीवरची किल्ली दिसलीच. तशी गाडीचीही किल्ली दिसली शिवाय छोट्या मोटारीलाही किल्ली होती. लाल पत्रपेटीत

एकामागून एक टाकता येतील. खेळणी चांगलीच भडकतील. मज्जा येईल!

खलाशानं सगळ्या किल्ल्या घेतल्या आणि तो पैशांच्या पेटीकडे धावला. खेळण्यांच्या लक्षात आलंच आणि तीही त्याच्यामागून धावली. पण तोवर तिन्ही किल्ल्या पेटीत पडल्या होत्या. त्या आता पेटीतच राहणार. कारण पेटी उघडायची तर मन्यानं– ती त्याची पेटी होती नं– आईकडून पेटीची किल्ली आणायला हवी. पेटीतले पैसे हवे असले तरच मन्या पेटी उघडणार ना? ते कधीतरी महिन्यातून एखाद्यावेळी!

''अगदी दुष्ट आहेस तू,'' खलाशाला टेडी अस्वल संतापून म्हणालं. ''होच मुळी!'' विदूषकही म्हणाला, ''आता आपल्याला मोटारीत किंवा रेल्वेच्या गाडीत बसून फिरता येणार नाही. उंदराला तर बिचाऱ्याला जमिनीवरूनही धावता येणार नाही रात्री.''

''मला नाही कुणाची पर्वा!'' खलाशी म्हणाला, ''मी पार्टीला निघालोय. त्याआधी मला आंघोळ करायचीय. बाहुल्यांनो, माझी आंघोळीची तयारी करा.''

''म्हणजे तू खेळघरातली बाथरूम ओली करणार? टीना- बाहुलीची मोलकरीण

म्हणाली, ''तू आतल्या चटयापण नेहमी वेड्यावाकड्या करून फेकतोस. आमच्या छोट्याशा घरात एवढा मोठा अगडबंब तू येतोसच कशाला?''

''मी येणार म्हणजे येणार,'' खलाशी म्हणाला. त्या रात्री तो अंग चोरून बाहुल्यांच्या घरात गेला. जिना चढून त्यानं बाथरूम गाठली. फणफणत पण टीनानं आंघोळीची तयारी केलीच होती त्याची.

बाथरूमच्या बाहेर सगळ्यांची कुजबुज चालली होती. बाहुल्या सर्वांना सांगत होत्या, ''टीना, तू त्याला सांग की तुझे कपडे बाहेर काढून ठेव. मी त्यांना इस्त्री करते.''

''पण आपण का इस्त्री करायची?'' टीनानं विचारलं. चिडूनच पण हळू आवाजात, ''मेल्याचं एकही काम मी नाही करणार!''

''अग विदूषकानं सांगितलंय की तू ते कपडे खिडकीतून बाहेर फेकायचे. तो बघेल नंतर काय ते!'' चिमणुली म्हणाली.

''काय कुजबूज चाललीय बाहेर?'' खलाशानं ओरडून विचारलं.

''खलाशा, तुझे कपडे दे. मी इस्त्री करतेय.''

''वा, छान!'' खलाशी म्हणाला. आणि दारातून एकेक करून कोट, पँट, टोपी, बूटसुद्धा बाहेर आले. टीनानं ते खिडकीतून बाहेर फेकले. बाहेर माकड तयारच होतं. ते काय इस्त्री करणार होतं? छे! त्यांनी ते एकेक घेतले आणि चपट्या घड्या करून एकामागून एक पैशांच्या पेटीत टाकले फटीतून. पेन्सिलीनं खोचून टोचून आत घालवले.

''चला, टोपी आत गेली,'' विदूषक म्हणाला.

''पँट गेली,'' अस्वल म्हणालं.

''कोट गेला,'' अंजू दात-ओठ खात कोट फटीतून घुसवत म्हणाली.

''बूटसुद्धा गेले,'' सोनेरी केसांची छबी म्हणाली.

खलाशाची आंघोळ झाली. अंग पुसून आतली चड्डी घालून तो बाहेरच्या लोकांना म्हणाला, ''झाली की नाही इस्त्री? कपडे द्या बरं माझे.'' कुणी बोललं नाही.

''ऐकू येतंय की नाही? कपडे कुठायत माझे?''

''नाही मिळणार तुझे कपडे आता. ते सगळे पैशांच्या पेटीत गेलेत,'' टीना खिदळत म्हणाली.

“काय?” खलाशी किंचाळला. त्याचा स्वत:च्या कानांवर विश्वासच बसेना.

“तुझे कपडे पैशांच्या पेटीत गेलेत,” सगळी खेळणी एका सुरात ओरडली. आणि पाठोपाठ हसण्याच्या लाटांवर लाटा उठल्या.

खलाशाला काय करावं ते सुचेना. कपडे पेटीत गेले? मग त्यानं आता घालायचं काय? आणि पार्टीला कसं जायचं? शक्यच नाही. असं उघडं-वाघडं? शिवाय त्याचे ते हडकुळे पाय? ते त्याला कुणाला दाखवायचे नव्हते.

“ए खरं सांगा रे, कपडे द्या माझे,” तो रडकुंडीला येऊन ओरडला.

बाथरूमच्या खिडकीत खलाशाला एक चेहरा दिसला तेव्हा त्यानं उडीच मारली. तो विदूषक होता. या कानापासून त्या कानापर्यंत दान विचकून हसत होता पठ्ठ्या!

“ए माफ कर हं दोस्ता, पण कपडे खरंच गेले पेटीत. तुला कशा आमच्या वस्तू पेटीत टाकायला आवडतात तशा आम्हालापण आवडल्या. मज्जा आली. अरे हो, पण पाय काय हडकुळे आहेत रे तुझे?”

खलाशानं एक आरोळी ठोकली. दुःखानं आणि रागानंही. विदूषक खरंच सांगतोय म्हणजे. त्यानं आजवर जे केलं तेच आज बाकीच्या खेळण्यांनी केलंय. पण त्याला ते मुळीच आवडलं नव्हतं. ‘‘पार्टी नाहीच आता,’’ तो विव्हळला. ‘‘या बाहुलीच्या घराबाहेरही पडता येणार नाही आता. नुसती चड्डी घालून कुठे जाऊ? विदूषका, मला कपडे दे ना काहीतरी,’’ तो म्हणाला.

‘‘मी नाही रे बाबा. तसाच ये बाहेर हवं तर. तुझे पाय बघायला आवडेल सगळ्यांना. अशा काड्या असतील असं नव्हतं वाटलं हं कधी. मीच बोलावू का सर्वांना इथं खिडकीत?’’

‘‘नको. नको.’’ खलाशानं पटकन पायांभोवती टॉवेल गुंडाळला, ‘‘मला इतकं दुःख झालंय...’’

‘‘आम्हालाही असंच वाटायला लावलं होतंस ना तू? आता आमच्या वस्तू परत देशील तेव्हाच तुझे कपडेही तुला मिळतील. म्हणजे पैशांची पेटी उघडल्यावर. आणि पेटी उघडल्यावर आतल्या वस्तू बघून मन्या काय म्हणेल कुणास ठाऊक? मला कल्पनाच करवत नाही.’’

कुणालाच कल्पना करता आली नाही. खलाशाचं म्हणाल, तर तीन आठवडे तो

कुठल्याही पार्टीला गेला नाही. बाहुल्यांच्या घराबाहेरदेखील पडला नाही मुळीच. त्याच्या पायांची तर त्याला इतकी लाज वाटत होती.

बिचारा खलाशी! आता त्याचे कपडे मिळाले की त्याचं वागणंही सुधारेल. नक्कीच, मला खात्री आहे.

उशीत बाहुली

मिनीच्या खेळण्यात एक रबराची बाहुली होती, ती दाबली की आवाज करायची. ''ईऽऽऽऽऽ'' उंदरासारखीच एवढीश्शी होती ती. ती दिसली की मिनीला हसूच यायचं.

''तिला मी 'ईऽऽऽला' म्हणणार आहे'' मिनी म्हणे, ''सारखी 'ईऽऽऽ' करते ती!''

ईला खेळण्यांच्या कपाटात राहायची. तिथं आणखी तीन टेडी अस्वलं, दोन विदूषक, दोन आणखी बाहुल्या, शिवाय विटा, गाडी आणि शिवाय काही कापसाची मऊ खेळणीही होती. बाकीच्या खेळण्यांनी तिचं पोट दाबून सारखं 'ईऽऽऽ' करायला लावलं नसतं, तर ती अगदी सुखात होती. पण ती एवढीशी होती आणि कुणीही तिच्यापेक्षा शक्तिवान असल्यानं सारखं तिला 'ईऽऽऽ' करायला लावायचं. अगदी

घड्याळातला उंदीरसुद्धा तिला दाबून 'ईऽऽऽ' करायला लावी. उंदराला रात्री चावी दिली की आधी तो ईलाकडे धावायचा. तिचं पोट दाबून तिला रडवायचा 'ईऽऽऽ' 'ईऽऽऽ'.

''नको रे!'', ईला म्हणे ''नको दाबू. 'ईऽऽऽ' करून मी किती दमते. मला नाही आवडत. माझ्याशी फक्त अगदी छोट्या बाळांनी खेळायचं. मी तुमच्याशी बोलू शकते, मग मला 'ईऽऽऽ' करायला का लावता?''

पण खेळणी ऐकत नसत. ती तिला 'ईऽऽऽ' करायला लावायचीच. ईलाकडे कपडे रबराचेच होते. त्याशिवाय आणखी काहीच नव्हतं तिच्याकडे आणि तिचं पोट जोरात दाबलं की दुखायचं. मग ती रात्रभर 'ईऽऽऽ' करीत रडायची.

एकदा मात्र रात्री हा त्रास तिला सोसवेना, म्हणून ती लपून बसायला जागा शोधू लागली. विटांचा खोका तिला त्यासाठी छान वाटला. ती त्यात जाऊन लपून बसली. पण उंदरानं तिला आत जाताना पाहिलं होतं. त्यानं खोक्याजवळ येऊन खोक्याचं झाकण उघडलं आणि आत उडी मारली. ईला 'ईऽऽऽ' करून किंचाळली.

ईला रडू लागली. ती पळाली. एवढीशी असल्यानं मोठ्या टीसेटमधल्या चहाच्या किटलीत जाऊन लपली. तिनं किटलीचं झाकण नीट ठेवलं. आणि भोकातून सगळ्यांना पाहू लागली.

''कुठंय ईला? मी तिचं पोट दाबणार आहे.''

लाल केसांची बाहुली खिदळत म्हणाली, ''ती लपलीय किटलीत.''

''किटलीत?'' गुलाबी अस्वल आश्चर्यानं म्हणालं, ''ती काय स्वतःला चहाची पत्ती समजते?''

''तिलाच विचार,'' विदूषक म्हणाला आणि सगळी खेळणी किटलीकडे धावली. उंदीर भोकातून आत बघत ओरडला, ''ईला, ए चहाची पत्ती! चहाबरोबर बाहेर ये.''

''आपण बघूच,'' मोठा विदूषक नाचत म्हणाला. त्यानं किटली वाकवली. ईला किटलीच्या भोकातून येण्याइतकी बारीक नव्हती पण ती भीतीनं ओरडली 'ईऽऽऽऽ, ईऽऽऽऽ!'

छोट्या विदूषकानं किटलीचं झाकण काढलं. ईला उडी मारून बाहेर आली आणि धावत सुटली. ही खेळणी तिच्या मागेच लागली होती. तेवढ्यात लाल केसांची बाहुली विव्हळली. ती लगोरीच्या खोक्यावर आदळून पडली होती. खेळण्यांनी थांबून तिला उठवलं. कुठे लागलंय ते पाहिलं आणि मग ते ईलाला पुन्हा शोधू लागले, पण ती त्यांना सापडलीच नाही.

आता ईलाला लपायला छान जागा सापडली होती. छोट्या खुर्चीवर एक उशी होती. तिचा अभ्रा थोडा सरकला होता. ते बघून ईला अभ्राच्या आत शिरली. उशीचा कोपरा उसवला होता. त्यातून ती उशीच्या आत शिरली. त्या मऊ उशीत ती झोपली. आत तसा काळोखच होता. 'इथे मी कुणाला सापडणार नाही,' ईलाला वाटलं.

नाहीच सापडली कुणाला ती. तिथं ती असेल असं कुणाला कसं वाटणार? ईला रात्रभर तिथं सुखानं राहिली. तिचं कोणी पोट दाबलं नाही की तिला 'ईऽऽऽ' करायला लावलं नाही. ईला खुश होती.

मिनी सकाळी तिथे आली आणि तिच्या पाठोपाठ तिची आई तिला खायला घेऊन आली. ती नेमकी उशीवरच बसली. त्याच उशीवर. आईच्या वजनाखाली बिचारी ईला जवळजवळ सपाटच झाली. ती जोरानं किंचाळली. 'ईऽऽ ऽऽ ऽऽ ऽऽ', ईऽऽ ऽऽ ऽऽ ऽऽ'

''बाई ग! मी मांजरावरच बसले वाटतं!'' आई ओरडली आणि ताडकन उठली, पण तिथं तर मांजर नव्हतं. फक्त उशी होती. आई आश्चर्यचकित झाली. ''मी नक्की मांजराचा आवाज ऐकला. मला खात्री आहे.'' ती पुन्हा बसली आणि ईला जीव

खाऊन ओरडली ''ईऽऽऽऽऽ''

पुन्हा आई घाईनं उठली. तिनं उशी उचलून तिच्या खाली पाहिलं, काहीही नव्हतं. तिला काही समजेनाच.

''मी या खुर्चीवर पुन्हा बसणार नाही'' ती म्हणाली, ''तिचा आवाज मला नाही आवडत.'' ती दुसऱ्या खुर्चीवर बसत म्हणाली. तिथं काही आवाज आला नाही.

तोपर्यंत कपाटाच्या दारातून डोकावून सारी खेळणी पाहात होती. काय झालं ते पाहून आणि ऐकून त्यांना हसू आवरत नव्हतं. त्यांना कळलं होतं की ईलाच उशीत लपली असणार आणि आई तिच्यावरच बसली असणार.

मग मिनी तिथं आली आणि लाल केसांच्या बाहुलीला नटवायला नेमकी पुन्हा त्याच खुर्चीवर बसली.

'ईऽऽ ऽऽ ऽऽ' बिचारी ईला पुन्हा किंचाळली. ती पुन्हा सपाट झाली होती.

''बाप रे!'' मिनी म्हणाली आणि टणकन उडी मारून उठली. ''मी पण मांजरावर बसले की काय?''

अर्थात ती मांजरावर बसली नव्हती. मांजराचा आवाज तर आला होता. मिनीलाही कुठून आवाज आला हे कळलं नाहीच. खुर्चीतून नक्कीच. तेवढ्यात तो आवाज पुन्हा आला.

"उशीखाली ईला आहे की काय?" मिनी म्हणाली आणि तिनं उशी उचलली, पण ईला उशीखाली नसून उशीतच होती.

मग मिनीची बाहेर जायची वेळ झाली आणि तिनं स्वेटर आणि छत्री घेतली आणि ती निघाली. कुठूनसं घरातली (खरी) मनी आली आणि तिनं खुर्चीवर उडी मारली, उशीवरच. 'ईऽऽऽऽऽऽ' ईला किंचाळली. मनीनं घाबरून खाली उडी घेतली. कपाटातल्या खेळण्यांना हसू आवरता आवरेना. लाल केसांच्या बाहुलीच्या डोळ्यांतून तर पाणी आलं हसून हसून. मनीनं तिचे अश्रू चाटून टाकले. मनी उशीकडे पाहात बाहेर पडली. उशीच ओरडत होती की काय? कोण जाणे?

आजी तेवढ्यात मिनीसह खोलीत आली. "थांब ग मिने, तुझ्या स्वेटरचं बटण तुटलंय ते शिवून देते आधी." ती म्हणाली आणि खुर्चीवर बसली. त्याच खुर्चीवर. उशी होतीच तिथे!

'ईऽऽ ऽऽऽऽ ऽऽ, ईऽऽ ऽऽऽऽ ऽऽ' ईला ऊर्फ रबरी बाहुली किंचाळली. कारण आजी चांगलीच जाडजूड बाई होती. आजीही आश्चर्यानं उठून बाजूला झाली. खेळणी आवाज येईपर्यंत हसली. काय झालं ते पहायला मनी कपाटावर चढली.

''उशीच किंचाळतेय. ऐकलंस तू मिने?'' आजीनं उशी उलटीपालटी करीत मिनीला विचारलं.

''होय गं होय. पण आवाज तर ईलासारखा येतोय,'' मिनी म्हणाली.

''कमालच झाली,'' आजी म्हणाली. तिनं उशी सगळीकडून दाबली आणि तिच्या हाताला आता बाहुली लागली, ''अगबाई! उशीत आहे काहीतरी!''

तिनं उशीचा अभ्रा काढला आणि उसवलेल्या भागातून आत हात घालून ईलालाही ओढून काढलं.

''ही बघ तुझी रबरी बाहुली'' ती म्हणाली, ''इथं कुठं लपवलीस तू?''

''मी नाही लपवली. तीच गेली असेल स्वतःहून,'' मिनी नवल करीत म्हणाली.

''ती कशी जाईल? आणि कशाला?'' आजीनं विचारलं.

ईलाला पुन्हा कपाटात ठेवलं. आजीनं उशीचा उसवलेला कोपरा नीट शिवून टाकला. उशीबाहेर आल्यावर ईलाला खूप बरं वाटलं. आत तिला खूप कोंडल्यासारखं झालं होतं. खेळणी हसण्यापायी तिच्याशी बोलू शकत नव्हती. ईला त्यांच्याकडे बघत होती.

“तुम्हाला हसू येत असेल पण माझी अवस्था अगदी भयंकर झाली होती आत,” ती म्हणाली, “तरी तुम्ही खूप हसलात याचं बरंच वाटतंय मला. पण मी हसवलं तुम्हाला म्हणून तरी माझ्याशी यापुढे नीट वागाल आणि माझं पोट दाबणार नाही ना? मला अशानं ओरडताच यायचं नाही अशी भीती वाटतेय.” ईला काकुळतीला येऊन म्हणाली.

“बरं. ईला यापुढे आम्ही तुझं मुळीच पोट दाबणार नाही,” मोठ्या विदूषकानं वचन दिलं. “पण सगळ्या आयुष्यात मी इतका कधी हसलो नव्हतो. मला अजून आठवलं तरी पुन्हा हसू येतंय!”

आणि तो हसला. इतका की मनी पुन्हा आत येऊन कपाटात डोकावली, “काय झालं तरी काय इतकं हसण्यासारखं?” तिनं गुरकावून विचारलं.

पण कुणी काही सांगितलं नाही. खेळण्यांना भीती वाटली की सांगितल्यावर मनी ईलाचं पोट दाबून बघणारच आणि मुळात मनीच्या पंज्याची टोकदार नखं कुणालाच आवडत नाहीत.

धडा

सुमननं त्या दिवशी जानूला चहाला बोलावलं होतं. जानू खरं तर पुरती पाच वर्षांचीही नव्हती. पण बाई ग! किती शेफारलेली, लाडावलेली मुलगी होती ती!

सुमनला जानू मुळीच आवडायची नाही. कारण एवढंसं काही झालं की जानू भयंकर आवाजात किंचाळायची. इतकी की ज्याचं नाव ते! मग जानूची आई असेल तिथून घाबऱ्या घाबऱ्या धावत येऊन तिला उचलून घ्यायची!

"काय झालं सोने?" ती विचारायची. पण जानू नुसती किंचाळत राहायची. आणखी जोरात.

"तू मारलंस तिला?" सुमनच्या आईनं सुमनला आश्चर्यानं विचारलं. सुमननं मान हलवली, "नाही गं, झालं इतकंच की जानूनं विटांचा राजवाडा बांधला होता नं, तो पडला. म्हणून ती चिडली."

जानू पांघरुणात पाय अडकून पडली तरी तेव्हा ती अशीच किंचाळली. तेव्हा घरी जायची वेळ झाली होती.

‘‘असं किंचाळून एक दिवस जीव जाईल तुझा. कळेलच मला.’’ सुमन गंभीरपणानं तिला म्हणाली.

जानू घरी गेली. सुमन झोपायला गेली, तेव्हा खेळण्यांची खोली शांत आणि रिकामी झाली. मग खेळणी खेळायला बाहेर पडली.

‘‘काय भयंकर किंचाळते ती मुलगी!’’ चिंध्यांची बाहुली म्हणाली.

‘‘मी इतकी जोरानं उडी मारली की फळीवरून पडलेच असते!’’

‘‘भयंकर बिघडलेली मुलगी! सुमन तिच्याहून किती चांगली.’’ टेडी अस्वल म्हणालं.

मान हलवणारा छोटा माणूस काही म्हणाला नाही. पण त्याला वाटलं की किंचाळल्यावर आपण म्हणू ते ऐकण्याइतकी बाकीची माणसं मूर्ख असतील तर किंचाळणं काही वाईट नाही. आपणही किंचाळून पाहिलं पाहिजे एकदा. त्यानं खुशीनं मान हलवली. काय मजा येईल. नुसतं किंचाळत सुटायचं. सगळी खेळणी धावत येतील आणि आपल्याला परोपरीनं विचारतील. मग काय हवं ते करावं, करून घ्यावं.

पण सुमन आणि घरातले इतर लोक असताना तो काही किंचाळू शकला नाही. ते सारे सुटीवर जाईपर्यंत तो थांबला आणि मग त्यानं सुरुवात केली.

तो किंचाळू लागला तेव्हा साऱ्या खेळण्यांनीही धावायची शर्यत लावली होती. बक्षीस होतं चॉकलेटचा मोठा केक. मान हलवणाऱ्या माणसाला तो केक हवा होता. शर्यत सुरू झाली आणि त्यानं किंचाळायला सुरुवात केली. इतक्या मोठ्यानं की तो स्वत:ही चकित झाला.

सारी खेळणी शर्यत थांबवून त्याच्याभोवती जमली. आश्चर्यानं आणि थोडी घाबरूनही. ''काय झालं?'' चिंध्यांच्या बाहुलीनं विचारलं, ''एवढा का किंचाळतोयस?''

''कुणीतरी माझ्या पायावर पाय दिला.'' मान हलवणाऱ्यानं सांगितलं.

''खोटारडा! कोणी नव्हतं तुझ्याजवळ!'' मांजर फिस्कारलं.

तो माणूस पुन्हा किंचाळला. खेळणी घाबरून बाजूला झाली.

''आता काय झालं?'' चिंध्यांच्या बाहुलीनं पुन्हा विचारलं.

''मांजर मला 'खोटारडा' म्हणाली.'' मान हलवणाऱ्यानं चिडून सांगितलं.

''पण तुला खूपदा 'खोटारडा' म्हणतातच. 'खोटारडा' आणि गोष्टी सांगणारा

पण, कारण तू आहेसच.'' अस्वल म्हणालं, ''आणि असा तू यापूर्वी कधी किंचाळला नव्हतास. उगीच वेडेपणा करू नकोस.''

मान हलवणारा माणूस पुन्हा किंचाळला. सगळ्या खेळण्यांनी कानावर हात ठेवले. ''भयंकरच किंचाळतो हा.'' चिंध्यांची बाहुली म्हणाली.

''थांब रे, ए. तुला खरंच लागलं असेल तर आम्ही शर्यत थांबवू. हवं तर चॉकलेट केक खा. तुला बरं वाटेल.''

आता हेच तर मान हलवणाऱ्याला हवं होतं. किती छान! तो पुन्हा किंचाळला नाही. विटांच्या खोक्यावर बसून केक चघळू लागला. जवळ असलेल्या घड्याळातल्या उंदराला त्यानं तुकडासुद्धा दिला नाही.

मान हलवणारा माणूस पहिल्यांदा किंचाळला तेव्हा सगळ्यांनी त्याचं ऐकलं तेच चुकलं. तेव्हापासून आपल्या मनासारखं व्हायला हवं असेल तर तो फक्त किंचाळू लागला. सुरुवातीला त्याच्या मनासारखं झालं. कारण खेळणी त्याच्या किंचाळण्याला घाबरायची. त्यांना वाटायचं, खरंच कुणालाही खूप लागलं किंवा दुखलंखुपलं, कुणी आजारी झालं तरच इतकं किंचाळतं.

पण थोड्या दिवसांनी प्रत्येक गोष्ट त्याला हवी तशीच करण्यानं सारेच वैतागले. ''त्याला हवं म्हणून नेहमी नेहमी आपण लपाछपीच का खेळायची? आपल्याला हवे ते खेळ कधी खेळायचे?'' चिंध्यांच्या बाहुलीनं विचारलं.

''त्याला बाहुलीच्या कॉटवर नेहमी झोपू का द्यायचं? त्याला हवं म्हणून?'' अंजू म्हणाली, ''मला जमिनीवर तरी झोपावं लागतं किंवा आपल्याला सगळ्यांना एवढ्याशा जागेत दाटीनं झोपावं लागतं. मला तर हलताही येत नाही. शिवाय झोपेतही त्याची मान हलत राहाते. ते तर इतकं त्रासदायक आहे.''

''त्याला काही हवं असलं की तो फक्त किंचाळतो.'' उंदीर म्हणाला, ''आपल्याला त्याचं किंचाळणं सहन होत नाही हे त्याला माहीत आहे. ते थांबवायला आपण त्याला हवं ते हवं तसं करू देतो. हेही त्याला माहीत आहे. पक्का लबाड आणि स्वार्थी आहे तो!''

''मग यापुढे आपण त्याच्या किंचाळण्याकडे लक्षच द्यायचं नाही.'' चिंध्यांच्या बाहुलीनं सांगितलं, ''मला वाटतं त्या दिवशी त्यानं त्या जानूला किंचाळताना पाहिलं आणि तेव्हापासून तो तिच्यासारखंच करायला लागलाय.''

मग जेव्हा मान हलवणाऱ्यानं तोंड उघडून किंचाळायला सुरुवात केली तेव्हा एकाही खेळण्यानं त्याच्याकडे लक्ष दिलं नाही. चिंध्यांची बाहुली गाणाऱ्या पेटीशी गाणं ऐकत राहिली. पुन्हा पुन्हा चावी देत. अस्वल त्या गाण्यावर नाचत राहिलं.

बाहुल्या गप्पा मारीत राहिल्या. उंदीर आणि मांजर विटांनी घर बांधत राहिली.

मान हलवणारा माणूस खूपच चिडला. कोणी त्याच्याकडे पाहातही नव्हतं म्हणजे काय? त्याला काय हवंय हे कोणीच विचारत नव्हतं. काय भयंकर आहेत हे लोक? तो पुन्हा किंचाळला, किंचाळतच राहिला, पण परिणाम नाही.

"मी असा दिवसभर किंचाळत राहीन." मान हलवणारा माणूस ओरडला, "चालेल तुम्हाला?"

"मूर्खपणा करू नकोस." अस्वल नाचत म्हणालं. त्यानं मुद्दाम त्याच्या पायावर पाय दिला. खरं तर अस्वलाचे पाय मऊ होते म्हणून मान हलवणाऱ्याला मुळीच लागलं नाही. पण जणू हत्तीनं पायावर पाय दिला असावा असा तो किंचाळला.

कोणी बघितलंही नाही. मान हलवणाऱ्यानं मोठ्ठा श्वास घेतला. अरे वा! आता इतकं किंचाळायचं की भीतीनं सगळे उड्या मारतील.

आणि तो शक्य तेवढ्या मोठ्यानं किंचाळू लागला. त्याची मान इतकी हलू लागली की चिंध्यांच्या बाहुलीनं घाबरून पाहिलं. "असाच ओरडत राहिलास तर डोकं तुटून पडेल तुझं. बरं का रे! मी ऐकलंय लोकांना असं बोलतांना. मी तुला सावधगिरीचा इशारा देतोय."

"अरे हट! हट्! मला घाबरवायला बघू नकोस. माझा तुझ्यावर मुळीच विश्वास नाहीये."

"बरं. काहीतरी अर्थ असल्याखेरीज कोणी दुसऱ्याला इशारा देत नसतं." बाहुली म्हणाली, "असं ओरडत राहिलास तर तेच होणार आहे तुझं!"

मान हलवणारा माणूस पुन्हा किंचाळला. अधिक चिडून आणि मोठ्यानं. त्याचं कोणी ऐकत नव्हतं म्हणून तो खूपच पिसाळला गेला. त्याचं डोकं वरखाली जोरजोरांत हललं. आणि शेवटच्या किंचाळीसरशी त्याचं डोकं खांद्यावरून सुटून जमिनीवर गडगडलं.

आता खेळण्यांना त्याच्याकडे लक्ष द्यावंच लागलं. भीतीनं सगळ्यांनी उड्याच मारल्या.

चिंध्यांची बाहुली कुजबुजली. "खरंच डोकं तुटेपर्यंत किंचाळला तो. तरी त्याला सांगितलं होतं आपण कितीदा." उंदीर म्हणाला आणि हमसाहमशी रडू लागला.

"आता काय करायचं?" अस्वल मान हलवणाऱ्याच्या जमिनीवर पडलेल्या डोक्याकडे पाहात म्हणालं. मग त्याचं बाकीचं शरीर त्यांनी पाहिलं. शरीर खुद्द थक्क झाल्यासारखं उभं होतं आणि काहीतरी शोधत असल्यासारखं गोल गोल फिरत होतं.

"मी इथं आहे." त्याचं डोकं जमिनीवरून म्हणालं. त्याचं शरीर तिथवर गेलं आणि त्यानं डोकं उचलून घेतलं. सारी खेळणी हातात डोकं घेतलेल्या धडाकडे बघत राहिली. मान हलवणाऱ्याच्या डोळ्यांतून अश्रू वाहात होते.

"माझ्यामुळेच झालं हे!" ते कुजबुजलं. "मीच माझं डोकं तुटू दिलं. खेळण्यांनो, मला फार चमत्कारिक वाटतंय. माझं डोकं पुन्हा त्याच्या जागेवर ठेवता का?"

चिंध्यांची बाहुली त्याच्याजवळ गेली. तिनं

त्याचं डोकं त्याच्या खांद्यावर ठेवलं; पण घाईत उलटंच ठेवलं. त्यामुळे त्याला पुढे जायचं असलं तरी तो मागे जाऊ लागला.

"मूर्ख! उलटंच लावलंस बघ. नीट ठेव. नाहीतर मी किंचाळेन."

"आता आधी माझं ऐक." बाहुली म्हणाली, "असंच बोलणार असशील तर राहू दे डोकं तसंच. किंचाळत राहा तू. किंचाळण्यापायी डोकं तुटलं तुझं. असल्या चिडखोर स्वभावामुळे पुन्हा तुटू द्यायचंय? असाच वागलास तर पुन्हा तुटल्यावर कुणी जोडणार नाही ते. आम्ही ते बाहुल्यांच्या चहाच्या किटलीत टाकून ठेवू. वर घट्ट झाकण लावू. चालेल?"

बाहुलीनं आजवर असं कधी काही केलं नव्हतं म्हणा. पण मान हलवणाऱ्याला ते खरंच वाटलं. तो गरीबपणानं म्हणाला, "मला माफ कर, बाहुली. पण माझं डोकं नीट बसव. पुन्हा नाही मी किंचाळणार. त्यामुळे डोकं भयंकरच वाटतं बाकी. आणि असं उलटं बसवणं तर त्याहून भीतीदायक."

‘‘मी तुझं डोकं उद्या करीन नीट.’’ चिंध्यांची बाहुली म्हणाली, ‘‘थोडा वेळ वाटू दे तसंच. जा आता. थोडा वेळ विसरू दे आम्हाला तू आणि तुझं किंचाळणं.’’

मान हलवणाऱ्याला इतका संताप आला की एरवी तो तासभर किंचाळत राहिला असता. फक्त त्यानं तसं केलं नाही. तो गुपचूप कोपऱ्यात जाऊन बसला. अर्थात, उलटा चालत. त्याचं तोंड खेळण्यांकडे होतं. त्यांना खेळताना पाहात होतं पण तो भिंतीकडे चालत होता. त्याला तशाही अवस्थेत गंमत वाटली. नाही तरी गंमतीदारच दिसत होता तो!

तसं त्याला दुसऱ्या दिवसापर्यंत राहावं लागलं. सकाळी सुमन आणि घरचे सगळे घरी परत आले. चिंध्यांच्या बाहुलीनं त्याच्या डोक्याला हात लावला. त्यानं मान हलवली. नेहमीसारखी. ‘‘मी तुझं डोकं नीट करते हं!’’ ती म्हणाली.

पण तिला ते डोकं खांद्यावरून काढताच येईना. काही केल्या ते निघेचना. ‘‘आता काय करशील तू?’’ बाहुली म्हणाली.

‘‘त्याला एकदाच डोकं तुटेपर्यंत जोरानं किंचाळायला सांग.’’ उंदीर म्हणाला, ‘‘मग ते तुटून पडलं की उचलून नीट लाव.’’

आणि मान हलवणाऱ्याला अगदी तस्संच करावं लागलं. तो शक्य तितक्या मोठ्यानं किंचाळला. डोकं तुटून पडेपर्यंत, मग बाहुलीनं उचलून ते नीट बसवलं.

‘‘आहा! आता किती बरं वाटतंय.’’ मान हलवत माणूस म्हणाला.

‘‘खरंच धन्यवाद, बरं का! आता पुन्हा नाही किंचाळणार मी!’’

‘‘सांभाळ रे बाबा,’’ अस्वल म्हणालं, ‘‘तुला कळलंय आता किंचाळण्यामुळं काय होतं ते! आता ते पडलं तर गडगडत किटलीतच जाईल.’’

‘‘त्या जानूचं कसं तुटलं नाही डोकं अजून कोण जाणे! नाहीतर तिला चांगला धडा मिळाला असता. अजून मिळेल म्हणा!’’

‘‘मी असायला हवा तिथं त्या वेळी.’’ उंदीर खिदळत म्हणाला.

मजेशीर होड्या

एका जंगलात बरेचसे ठेंगू राहात होते. अगदी छोटेसे. अंगठ्याएवढे, पण माणसंच. गाव वसलं होतं त्यांचं, पण झालं काय, की ती जंगलाची सगळी जागा कुणीतरी विकत घेतली. तिथं घरं बांधायचं ठरलं. झाडं सगळी तोडली जाऊ लागली. मग ठेंगू, ससे, चिमण्या, उंदीर सगळ्यांनाच घाईघाईनं ती जागा सोडावी लागली. पक्षी उडून दुसऱ्या जंगलात गेले. ससे थोड्या दूरच्या डोंगरावर गेले. उंदरांनी घरं बांधून होईपर्यंत तिथंच लपून राहायचं ठरवलं. मग माणसांच्या घरात त्यांना खायला मिळालंच असतं.

ठेंगूपण एकत्र जमले. त्यांच्या नेत्यानं सांगितलं, ''आपण आपल्या नातेवाईकांकडे इच्छापूर्तीच्या रानात जाऊन राहू. मला त्या रानात जायचा रस्ता माहीत आहे. एक डोंगर, एक नदी ओलांडली की येतं ते. पलीकडे तिथं खूप जागा, खूप झाडं, खूप खायला-प्यायला आहे. तिथे राहू आपण.''

म्हणून एका रात्री ते निघाले. रस्ता म्हटला तर जवळचा, पण ठेंगूंना लांबच की! चालून चालून ते नदीकाठी आले. पण मग आली पंचाईत! नदी ओलांडायची होती. आता काय करायचं?

"पंख असते तर उडून तरी गेलो असतो," चंदू म्हणाला.

"होड्यासुद्धा नाहीयेत इथं!" टिनू उद्गारला.

"एखाद्या मोठाल्या पानाचा तराफा करून जावं म्हटलं तर तेदेखील नाही!" चंपू म्हणाली.

"काय करावं? रात्रीत नदी पार करायलाच हवी," सगळेच म्हणत होते.

शेजारच्या एका बिळातून एक ससा आला. त्यानं विचारलं, "काय झालं?"

"तुला काही मदत करता येईल का रे आम्हाला?" ठेंगूंनी त्याला विचारलं.

"छे बुवा!" ससा डोकं हलवून म्हणाला, "पण इथं एक खूप चांगला, दयाळू मुलगा आहे. बंडू नाव त्याचं. तो त्या दूरच्या घरात राहातो. तो खूप हुषारही आहे. तो करील मदत. मी एकदा सापळ्यात सापडलो होतो तेव्हा त्यानंच मला बाहेर काढलं होतं. तुम्ही जाऊन त्याच्या खिडकीवर टकटक करा. तो उठेल आणि करेल काहीतरी."

चांदणं पडलं होतं. सगळ्यांना सशानं दाखवलेली खिडकी दिसली. खिडकीला गज होते. ठेंगूनी सशाचे आभार मानले आणि ते त्या घराकडे धावले. घराबाहेरच्या जाडजूड सायलीच्या वेलावरून चढून खिडकीच्या पट्टीवर उभे राहिले. चांदण्यात बिछान्यावर गाढ झोपलेला बंडू त्यांना दिसला.

चंदूनं खिडकीवर टकटक केलं. बंडूनं कूस बदलली. चंदूनं पुन्हा टकटक केलं. बंडू पूर्ण जागा झाला. ठेंगूला खिडकीत पाहून तो इतका थक्क झाला की त्याला बोलायला सुचेना. मग उडी मारून तो खिडकीत आला.

''अरे वा! चिमुकल्यांनो! मला तुम्हाला कधीपासून बघायचंच होतं. तुम्ही खरेच आहात नं? की मला स्वप्न पडलंय?''

''नाही. तू जागाच आहेस. ऐक जरा. बंडू, आम्हाला सशानं सांगितलंय की तू प्रेमळ, दयाळू आहेस म्हणून. तू मदत करशील आम्हाला?''

''बघतो हं. काय करायचं मी?'' बंडू लगेच म्हणाला.

''आम्ही आपली घरं सोडून इथं आलोय. या नदीपलीकडच्या इच्छापूर्ती रानात जायचंय आम्हाला, पण उडायला पंख नाहीत की आमच्याजवळ होड्या नाहीत. नदी

पार कशी करता येईल? तू सांगतोस काही उपाय?'' चंदूनं भाषण ठोकलं.

बंडूनं थोडा विचार केला. ''बघू या हं. माझ्या होडीचा तुम्हाला काही उपयोग नाही. ती खूपच मोठी आहे. शिवाय माझी वल्ही हरवली आहेत. कागदाच्या होड्या केल्या तर भिजून बुडतील. हां चांगलं आठवलं...''

''काय, काय आठवलं?'' सगळ्यांनी एकच गलका केला.

''मी तुम्हाला अक्रोडाच्या टरफलांच्या होड्या करून देतो. त्यांचा आकार तुमच्यासाठी योग्य होईल. एकेकाला एकेक बोट. त्या पाण्यात छान तरंगतात. त्यांना छोटी शिडं लावू. मी लावून देईन. म्हणजे वाऱ्यानं त्या पलीकडे नीट पोहोचतील.''

बंडू खाली धावला. सगळे मिळून अकरा ठेंगू होते. त्यानं स्वयंपाक घरातून सहा मोठे आक्रोड आणले. मग ते नीट मधोमध फोडले. गर ठेंगूना खायला दिला आणि स्वत: होड्या बनवू लागला.

''घ्या. झाल्या होड्या! बारा होड्या झाल्या. आता त्यांच्या डोलकाठ्या आणि शिडं बनवतो.''

मग एका खोक्यातून वापरून झालेल्या काडेपेटीतल्या काड्या गोळा करून ठेवल्या होत्या त्या काढल्या. कागदाची शिडं करून त्या काड्यांना त्या टाचणीनं टोचल्या. गोंदानं शिडं डोलकाठीला म्हणजे आगकाडीला घट्ट चिकटवली. होडी तयार झाली. ठेंगू थक्क होऊन आपल्या होड्या बनताना बघत होते. बंडूनं बघता बघता किती छान होड्या बनवल्या होत्या. त्याही एक-दोन नव्हेत, चांगल्या बारा! हुषार होताच तो! बोट कशी बनवायची ते कळल्यावर ठेंगूंनीही मदत केलीच म्हणा. पण तेवढ्यात चिकूच्या हातांना गोंद लागला आणि त्याला जो जो सोडवायला म्हणून गेला तो तो त्याला चिकटला, हे एक नवंच लचांड निर्माण झालं. बंडूनं अखेर कागदानं, पाण्यानं धुवून पुसून त्यांना सोडवलं म्हणून बरं. मग बंडू त्यांना म्हणाला,

“होड्या झाल्या आहेत बारा नि तुम्ही आहात अकराच. पण मी ही बारावी होडी एका होडीला बांधतो. तुमचं जास्तीचं सामान एकाच खेपेत तुम्हाला तिच्यातून नेता येईल.”

थोड्याच वेळात सगळे नदीकाठी जमले. बंडूनं स्वत:च साऱ्या होड्या एका मोठ्या टोपलीत घालून नदीकाठी नेल्या. एकेका ठेंगूला एकेका होडीत बसवून त्या सावकाश पाण्यात सोडल्या. अगदी डौलात वाहात होत्या त्या. ठेंगू इतके खुश झाले होते. चांदण्यांच्या प्रकाशात त्या बारा होड्यांचा ताफा नदीतून जाताना इतका मस्त दिसत होता. अगदी बारावी सामानाची होडी अकराव्या होडीला बांधली होती तीही छान चालली होती. सगळ्या होड्या पाण्यात दूरवर गेल्यावर सारे ठेंगू उभे राहिले आणि त्यांनी बंडूचा हात हलवून निरोप घेतला. बंडूही नदीकिनारी उभा राहून त्यांना हात हलवत होता. “मलाच माझा अभिमान वाटतोय. काहीतरी चांगलं काम केलं मी. आता कधीतरी जाऊन या ठेंगूंना नदीपलीकडे भेटेन मी!”

अजून गेला नाही तो, पण जाईल. आपल्याला पण अशा बोटी करायला आवडेल. हो ना?